LUMIPAD NG MATAAS

KASAMA
SILYA LARRY

Tagalog

Marcy Schaaf

Dear Dreamer, Nakatingin ka na ba sa langit at naisip kung ano ang pakiramdam ng lumipad? Nagkaroon ka na ba ng isang malaking panaginip na tila masyadong ligaw o imposible? Well, ito ang totoong kuwento ng isang lalaking nagngangalang Larry Walters, na nangarap ng pinakapambihirang panaginip—at natupad ito nang may kaunting tapang, maraming pagkamalikhain, at isang upuan sa damuhan!

Hindi hinayaan ni Larry na pigilan siya ng takot o pagdududa. Kumuha siya ng isang bagay na kasing simple ng mga lobo at upuan at ginawa ang mga ito sa isang salimbay na pakikipagsapalaran. Ang kanyang kwento ay isang paalala na walang pangarap na masyadong malaki kung naniniwala ka sa iyong sarili at gagawin ang unang matapang na hakbang.

Ang aklat na ito ay para sa lahat ng mga bata na maglakas-loob na mangarap, na gustong abutin ang mga bituin (o ang mga ulap), at alam sa kaibuturan na ang tanging limitasyon ay ang mga inilalagay natin sa ating sarili.

Kaya, umupo tayo sa upuan ni Larry at tuklasin kung paano siya inangat ng panaginip ng isang lalaki nang mas mataas kaysa sa naisip niya. At tandaan: hindi mo kailangan ng mga pakpak para lumipad—kailangan mo lang ng pangarap at lakas ng loob na sundin ito!

Patuloy na mangarap ng malaki, May-akda Marcy Schaaf

Larry Walters had a dream, oh so grand,
To rise up high, above the land.

Si Larry Walters ay nagkaroon

ng pangarap, oh napakahusay,

Upang umangat sa itaas, sa itaas

ng lupain.

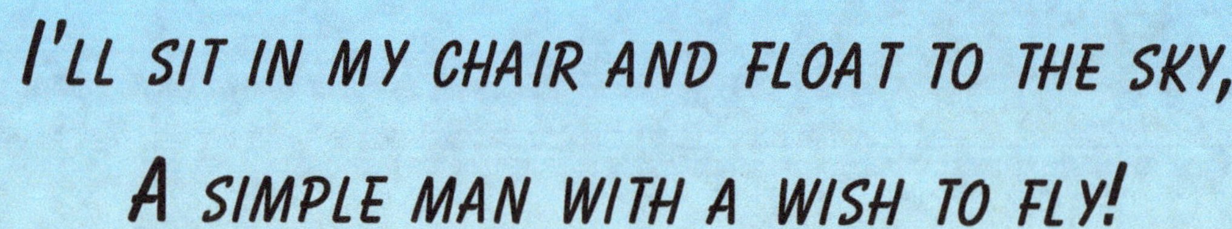

I'll sit in my chair and float to the sky,
A simple man with a wish to fly!

Sa mga lobo na pula, dilaw, at asul, naisip ni Larry, "Matutupad ang pangarap na ito!"

He tied them tight, with knots so neat,
Then grabbed a soda and a snack to eat.

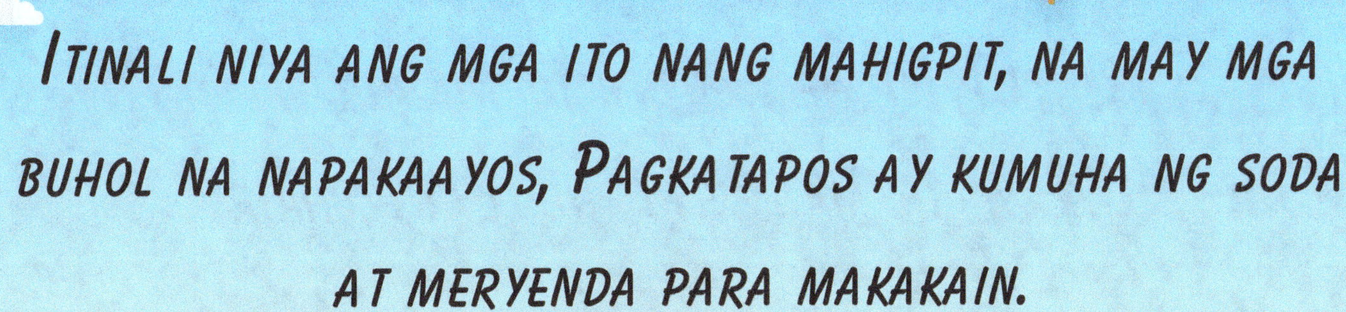

Itinali niya ang mga ito nang mahigpit, na may mga buhol na napakaayos, Pagkatapos ay kumuha ng soda at meryenda para makakain.

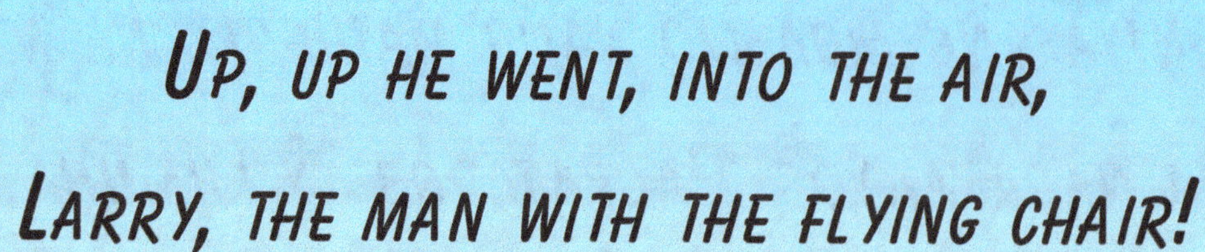

Up, up he went, into the air,
Larry, the man with the flying chair!

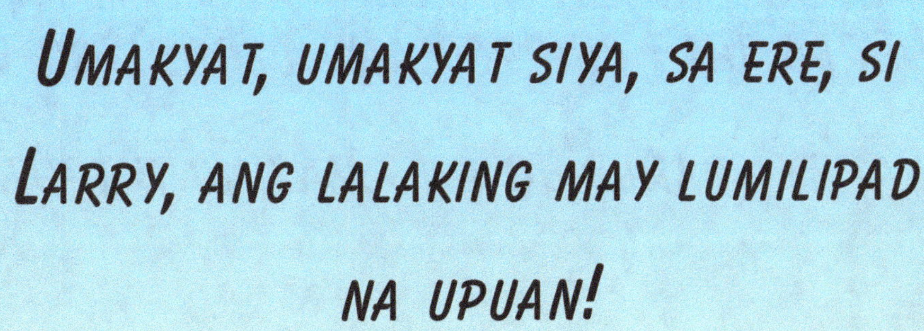

Umakyat, umakyat siya, sa ere, si Larry, ang lalaking may lumilipad na upuan!

PAST BIRDS THAT CHIRPED AND CLOUDS SO WHITE,
LARRY SOARED TO AN AMAZING HEIGHT.

Nakaraang mga ibong huni at mga ulap na napakaputi, si Larry ay pumailanlang sa isang kamangha-manghang taas.

But oh, dear me, what a surprise!
He floated too far, way up in the skies.

NGUNIT OH, MAHAL KO, ANONG SORPRESA!
LUTANG SIYA NG NAPAKALAYO, HANGGANG SA LANGIT.

At sixteen thousand feet he sat
Waving hello to a passing cat.

SA LABING ANIM NA LIBONG TALAMPAKAN AY NAUPO SIYA
KUMAKAWAY KUMUMUSTA SA ISANG DUMAANG PUSA.

PLANES FLEW BY WITH PILOTS WHO STARED,
AT LARRY'S BALLOONS AND THE CHAIR HE DARED.

Lumipad ang mga eroplano kasama ang mga piloto na nakatitig, Sa mga lobo ni Larry at sa upuan ay pinangahasan niya.

"I'll pop some balloons, and down I'll go,"
Said Larry with a confident glow.

"Magpapa-pop ako ng mga lobo, at bababa ako," sabi ni Larry na may kumpiyansa na glow.

Bang! Bang! The balloons went "pop!"
Slowly, Larry began to drop.

Bang! Bang! Ang mga lobo ay naging "pop!" Dahan-dahan, nagsimulang bumaba si Larry.

Down through the clouds, he made his way,
Back to the ground at the end of the day.

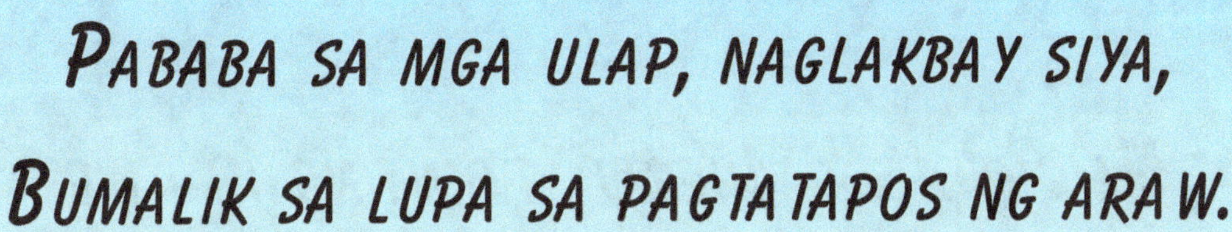

Pababa sa mga ulap, naglakbay siya,
Bumalik sa lupa sa pagtatapos ng araw.

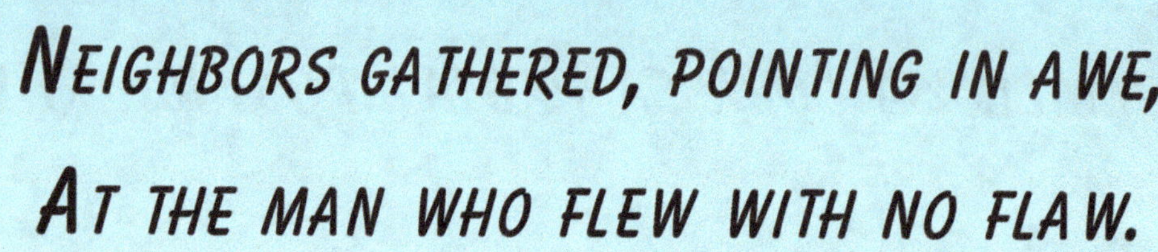

Neighbors gathered, pointing in awe,
At the man who flew with no flaw.

Nagtipun-tipon ang mga kapitbahay, itinuro ang sindak, Sa lalaking lumipad na walang kapintasan.

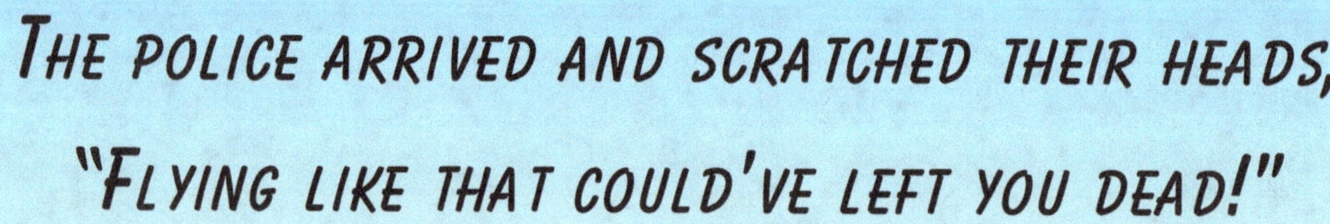

The police arrived and scratched their heads,
"Flying like that could've left you dead!"

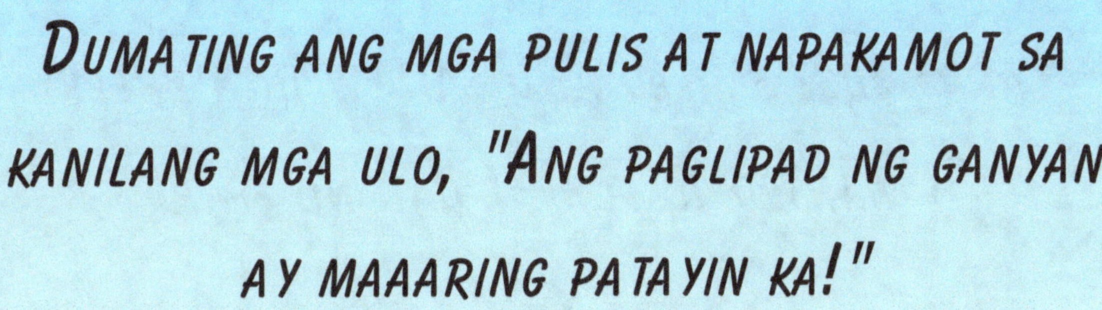

Dumating ang mga pulis at napakamot sa kanilang mga ulo, "Ang paglipad ng ganyan ay maaaring patayin ka!"

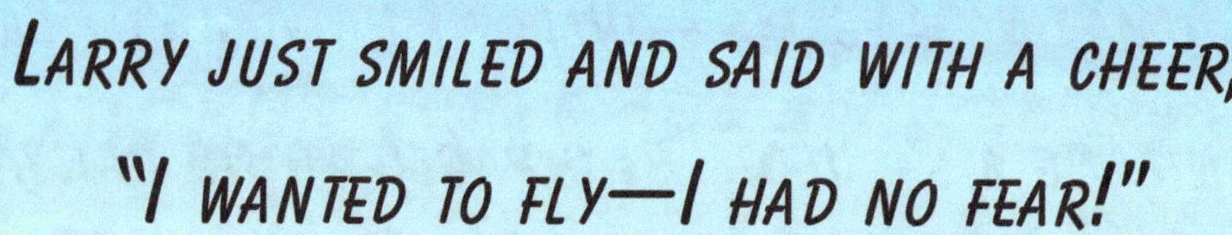

LARRY JUST SMILED AND SAID WITH A CHEER,
"I WANTED TO FLY—I HAD NO FEAR!"

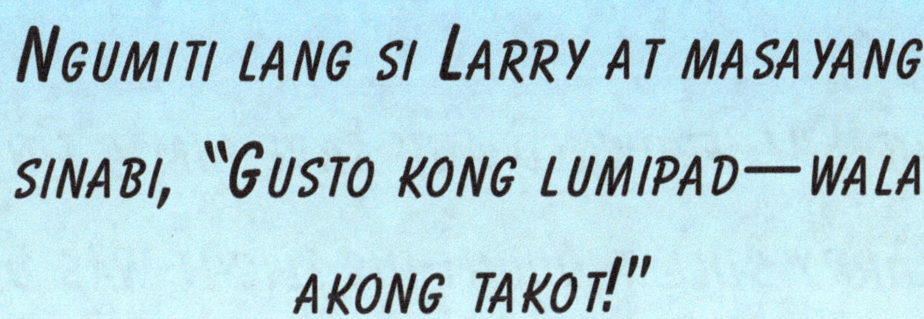

Ngumiti lang si Larry at masayang sinabi, "Gusto kong lumipad—wala akong takot!"

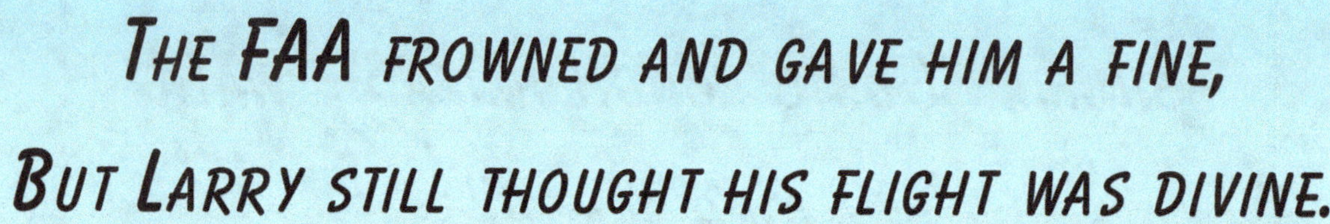
THE FAA FROWNED AND GAVE HIM A FINE,
BUT LARRY STILL THOUGHT HIS FLIGHT WAS DIVINE.

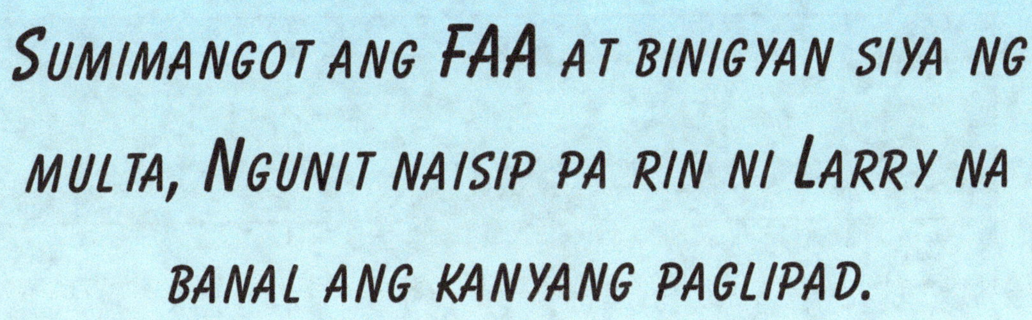

Sumimangot ang **FAA** at binigyan siya ng multa, Ngunit naisip pa rin ni Larry na banal ang kanyang paglipad.

A HERO HE BECAME IN PAPERS AND NEWS,
FOR CHASING A DREAM IN RED, YELLOW, AND BLUE HUES.

Naging bayani siya sa mga papel at balita, Para sa paghabol sa pangarap sa pula, dilaw, at asul na kulay.

Kids cheered,

"We love Larry, the flying man!"

He inspired them to dream and plan.

Naghiyawan ang mga bata,

"Mahal namin si Larry, ang lumilipad na tao!"

Siya ang nagbigay inspirasyon sa kanila na mangarap at magplano.

Larry said, "Dream big, my friends so dear,
But be prepared and have no fear!"

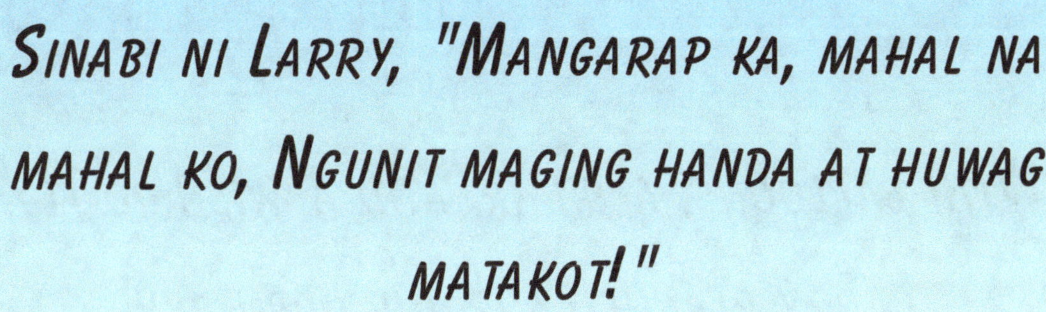

SINABI NI LARRY, "MANGARAP KA, MAHAL NA
MAHAL KO, NGUNIT MAGING HANDA AT HUWAG
MATAKOT!"

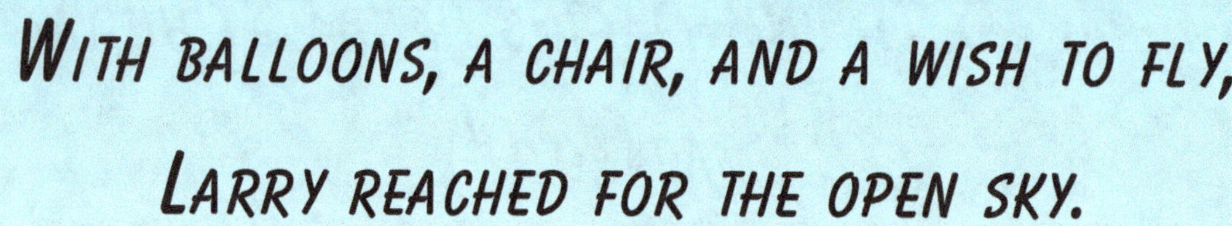

WITH BALLOONS, A CHAIR, AND A WISH TO FLY,
LARRY REACHED FOR THE OPEN SKY.

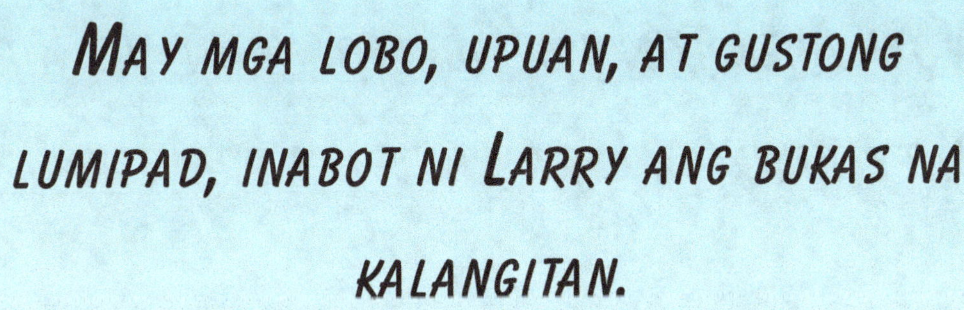

May mga lobo, upuan, at gustong lumipad, inabot ni Larry ang bukas na kalangitan.

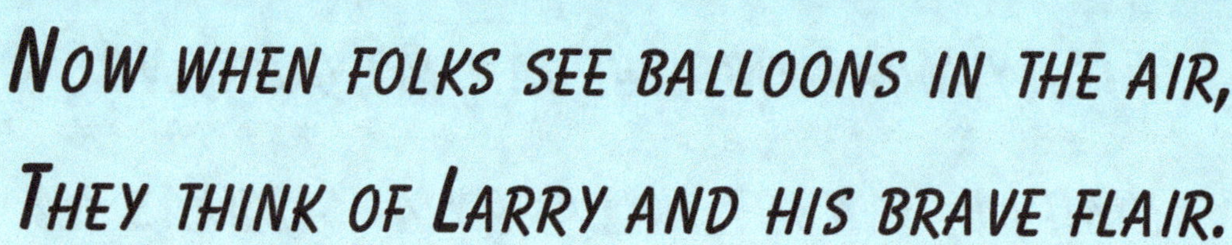

NOW WHEN FOLKS SEE BALLOONS IN THE AIR,
THEY THINK OF LARRY AND HIS BRAVE FLAIR.

Ngayon kapag ang mga tao ay nakakita ng mga lobo sa hangin, iniisip nila si Larry at ang kanyang matapang na likas na talino.

So remember Larry and what he'd say,
"A man can't just sit all day!"

Kaya alalahanin si Larry at kung ano ang sasabihin niya, "Ang isang tao ay hindi maaaring umupo sa buong araw!"

He proved that dreams can lift us high,
Even if we're just an ordinary guy.

Pinatunayan niya na ang mga pangarap ay kayang
tayo'y itaas, Kahit isa lang tayong karaniwang tao

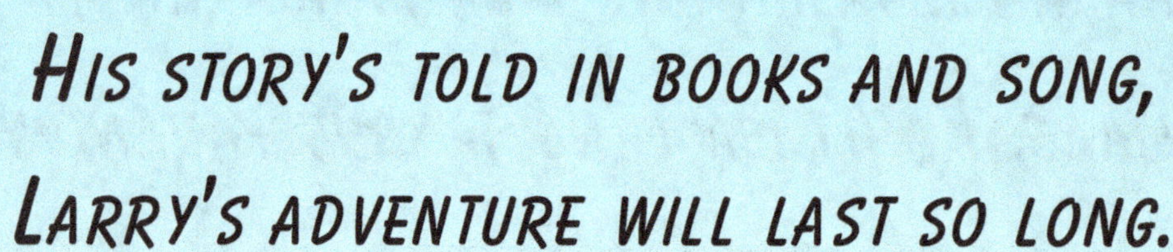

His story's told in books and song,
Larry's adventure will last so long.

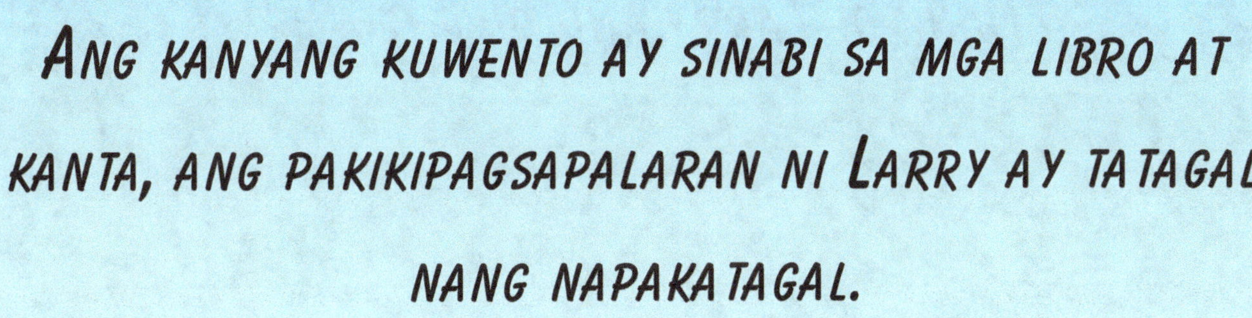

Ang kanyang kuwento ay sinabi sa mga libro at kanta, ang pakikipagsapalaran ni Larry ay tatagal nang napakatagal.

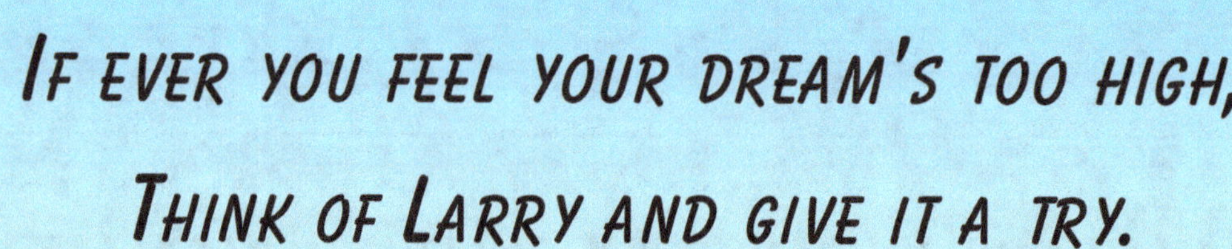
If ever you feel your dream's too high,
Think of Larry and give it a try.

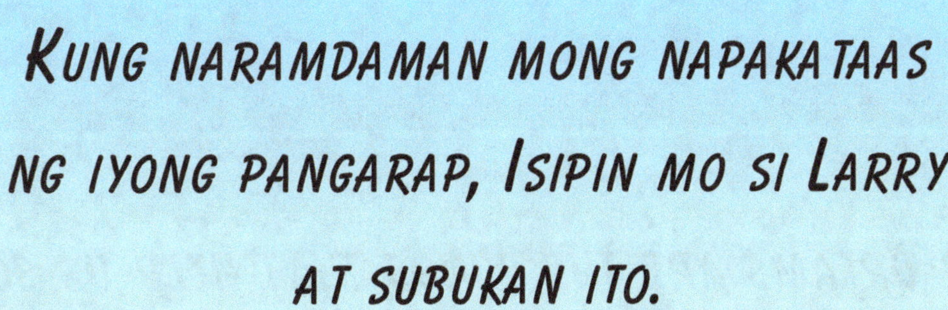
KUNG NARAMDAMAN MONG NAPAKATAAS
NG IYONG PANGARAP, ISIPIN MO SI LARRY
AT SUBUKAN ITO.

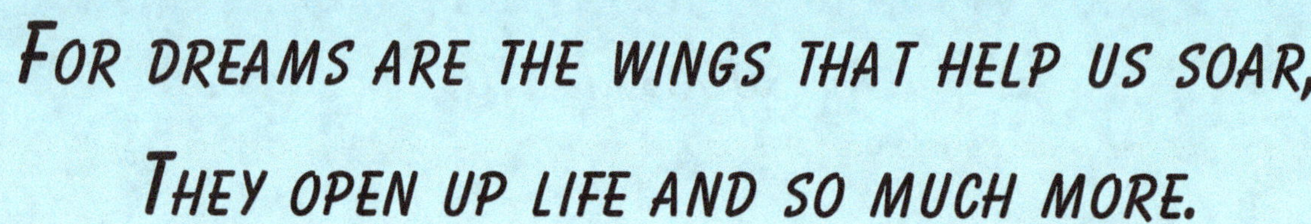
For dreams are the wings that help us soar,
They open up life and so much more.

Sapagkat ang mga pangarap ay ang mga pakpak na tumutulong sa atin na pumailanglang, Binubuksan nila ang buhay at marami pang iba.

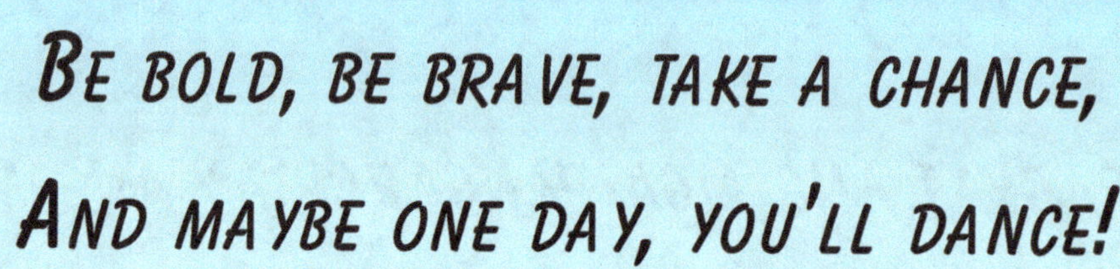
BE BOLD, BE BRAVE, TAKE A CHANCE,
AND MAYBE ONE DAY, YOU'LL DANCE!

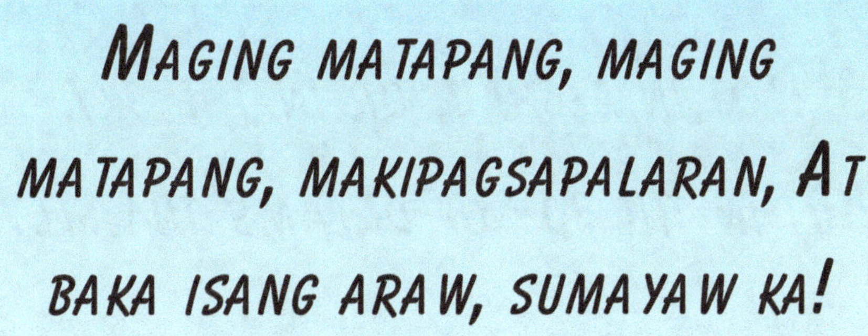
Maging matapang, maging
matapang, makipagsapalaran, At
baka isang araw, sumayaw ka!

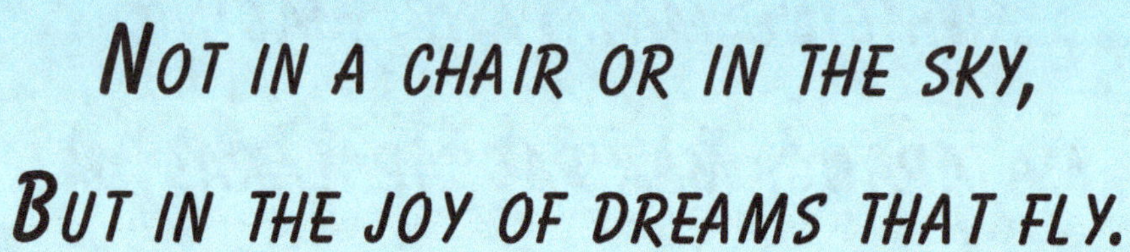
Not in a chair or in the sky,
But in the joy of dreams that fly.

HINDI SA UPUAN O SA LANGIT, KUNDI SA SAYA NG MGA PANGARAP NA LUMILIPAD.

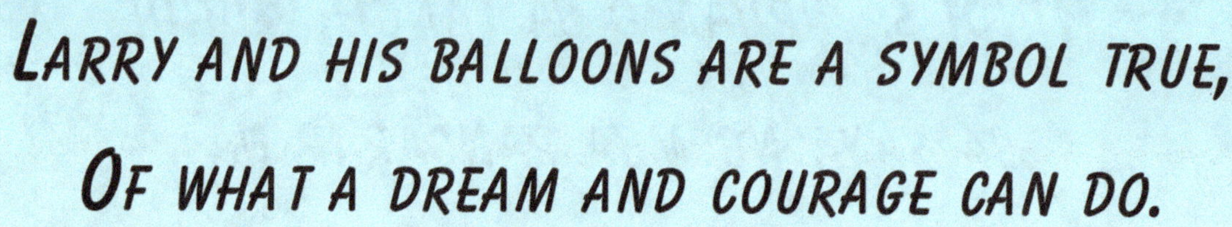
LARRY AND HIS BALLOONS ARE A SYMBOL TRUE,
OF WHAT A DREAM AND COURAGE CAN DO.

Si Larry at ang kanyang mga lobo ay

isang simbolo na totoo, Kung ano ang

magagawa ng panaginip at tapang.

So tie your dreams to your heart with care,
And like Larry, fly anywhere!

Kaya't itali ang iyong mga pangarap sa iyong puso nang may pag-iingat, At tulad ni Larry, lumipad kahit saan!

Larry Walters, famously known as "Lawnchair Larry," has inspired various creative works across different media. Here are some notable examples:

Books:

"The Man in the Flying Lawn Chair" by George Plimpton: This profile, published in The New Yorker in 1998, delves into Larry Walters' unique flight and its implications.

The New Yorker

"Larry Walters: The Witty Story Of A Lawnchair Flight And Its Pilot" by John Stewart: This book offers an in-depth look at Larry's remarkable life and his daring adventure.

Magers & Quinn Booksellers

Songs:

"Larry Walters (Lawnchair Larry)" by Michael Hearst: Featured on the album Songs For Extraordinary People, this track narrates Larry's adventurous flight.

Spotify

"Larry Walters" by Miscellaneous Owl: This song reflects on Larry's journey, capturing the whimsical nature of his flight.

Miscellaneous Owl

"Lawn Chair Larry" from the musical 42 Balloons: This song is part of a musical that centers on Larry Walters' flight, highlighting his daring spirit.

Playbill

Poems:

While there may not be widely recognized poems solely dedicated to Larry Walters, his story has inspired various creative expressions, including songs and articles, that capture the poetic essence of his adventure.

These works showcase the enduring fascination with Lawnchair Larry's unique and daring flight, reflecting his impact on popular culture.

Si Larry Walters, na kilala bilang "Lawnchair Larry," ay nagbigay inspirasyon sa iba't ibang malikhaing gawa sa iba't ibang media. Narito ang ilang mga kapansin-pansing halimbawa:

Mga Aklat:

"The Man in the Flying Lawn Chair" ni George Plimpton: Ang profile na ito, na inilathala sa The New Yorker noong 1998, ay sumasalamin sa natatanging paglipad ni Larry Walters at ang mga implikasyon nito.

The New Yorker "Larry Walters: The Witty Story Of A Lawnchair Flight And Its Pilot" ni John Stewart: Nag-aalok ang aklat na ito ng malalim na pagtingin sa kahanga-hangang buhay ni Larry at sa kanyang mapangahas na pakikipagsapalaran.

Mga Kanta ng Magers at Quinn Booksellers:

"Larry Walters (Lawchair Larry)" ni Michael Hearst: Itinampok sa album na Mga Kanta Para sa Mga Pambihirang Tao, ang track na ito ay nagsasalaysay ng adventurous na paglipad ni Larry.

Spotify "Larry Walters" ng Miscellaneous Owl: Ang kantang ito ay sumasalamin sa paglalakbay ni Larry, na nakuha ang kakaibang kalikasan ng kanyang paglipad.

Miscellaneous Owl "Lawn Chair Larry" mula sa musikal na 42 Balloons: Ang kantang ito ay bahagi ng isang musikal na nakasentro sa paglipad ni Larry Walters, na nagpapatingkad sa kanyang mapangahas na espiritu.

Mga Tula ng Playbill:

Bagama't maaaring walang malawak na kinikilalang mga tula na nakatuon lamang kay Larry Walters, ang kanyang kuwento ay nagbigay inspirasyon sa iba't ibang malikhaing pagpapahayag, kabilang ang mga kanta at artikulo, na kumukuha ng patula na diwa ng kanyang pakikipagsapalaran.

Ang mga gawang ito ay nagpapakita ng pangmatagalang pagkahumaling sa natatangi at mapangahas na paglipad ni Lawnchair Larry, na nagpapakita ng kanyang epekto sa kulturang popular.

Join Our Book of the Month Club!

Looking for the perfect gift that keeps on giving? Join our Book of the Month Club! For just $25 a month, or $250 if you purchase a year upfront, you or your loved ones will receive a handpicked children's book every month, straight to your doorstep.

Here's how it works:
Choose from 15 different languages to receive bilingual books that make learning fun.
Enjoy monthly shipments of our exclusive books that inspire, teach, and entertain children of all ages.
Each month's book is carefully selected to provide a new adventure, valuable lesson, and a chance to explore cultures from around the world.
It's the perfect gift for birthdays, holidays, or just because! Whether you're nurturing a young reader or encouraging language learning, our Book of the Month Club is designed to bring joy to every bookshelf.

Exclusive Bonus: As part of your membership, you'll also receive a monthly podcast about our featured book delivered straight to your email! Listen in for behind-the-scenes insights, fun facts, and tips for making storytime even more magical.

Sign up today at www.Booksbyschaaf.com and start enjoying the gift of reading all year long!

Sumali sa Aming Book of the Month Club!

Naghahanap ng perpektong regalo na patuloy na nagbibigay? Sumali sa aming Book of the Month Club! Sa halagang $25 lamang sa isang buwan, o $250 kung bibili ka ng isang taon nang maaga, ikaw o ang iyong mga mahal sa buhay ay makakatanggap ng napiling aklat na pambata bawat buwan, diretso sa iyong pintuan.

Narito kung paano ito gumagana:
Pumili mula sa 15 iba't ibang wika upang makatanggap ng mga bilingual na aklat na nagpapasaya sa pag-aaral.
Tangkilikin ang buwanang pagpapadala ng aming mga eksklusibong aklat na nagbibigay-inspirasyon, nagtuturo, at nagbibigay-aliw sa mga bata sa lahat ng edad.
Ang aklat ng bawat buwan ay maingat na pinipili upang magbigay ng bagong pakikipagsapalaran, mahalagang aral, at pagkakataong tuklasin ang mga kultura mula sa buong mundo.
Ito ang perpektong regalo para sa mga kaarawan, pista opisyal, o dahil lang! Nag-aalaga ka man ng isang batang mambabasa o naghihikayat sa pag-aaral ng wika, ang aming Book of the Month Club ay idinisenyo upang magdala ng kagalakan sa bawat bookshelf.

Eksklusibong Bonus: Bilang bahagi ng iyong membership, makakatanggap ka rin ng buwanang podcast tungkol sa aming itinatampok na aklat na inihatid diretso sa iyong email! Makinig para sa mga behind-the-scenes na insight, nakakatuwang katotohanan, at mga tip para gawing mas kaakit-akit ang oras ng kwento.

Mag-sign up ngayon sa www.Booksbyschaaf.com at simulang tamasahin ang regalo ng pagbabasa sa buong taon!

Books By Schaaf

www.BookBySchaaf.com

Podcast series about our book on TikTok.

Activity Guide companion's for each storybook can be found on our website.

Find us at: